# Jayanthini

USathyanarayana Rao

# మనవి

ఆంధ్ర వాఙ్మయ సేవాసమితిపై కవిగారికి గల అవ్యాజప్రేమయే పోయిన మే నెలలో వారి నీయూరు తీసుకొని వచ్చింది. అప్పట్లో వారి ముద్రితాముద్రిత కావ్యరస రసాయనాన్ని మా సభ్యులకు రుచి చూపించి కొంత ఉత్తేజం కలిగించారు. మా ఆర్థిక పరిస్థితుల ననుసరించి చంద్రుడికో నూలుపోగు అన్నట్లు కూడా వారిని మేము సత్కరించ లేకపోయాం కాని రామారావు, విశ్వనాథరావు, బ్రహ్మానందం వగైరా ఉత్సాహవంతులూ నేనూ ఒక ఊహ ఏర్పాటు చేసుకొని మా తాహతుకు మించనివీ, చదువుతూంటే ఉల్లాసం కలిగించేవీ, అందరికీ సులభలభ్యమై భాషాభిరుచి కల్గించేటందుకు అవకాశం ఉండేవీ అయిన చిన్న పుస్తకాలేమైనా ఉంటే వాటిని మేము సమితి పేరిట అచ్చు వేయించుతాం, అనుగ్రహించి దయచేయించండి, అని మనవి చేయగా యీ జయంతిని, సులోచన, కులశేఖరాళ్వార్ అనే మూడు రేడియో నాటికలనూ వాగ్దానం చేశారు.

ఈ జయంతిని ఆల్ ఇండియా రేడియో వారి మద్రాసు కేంద్ర మార్గంగా లోగడనే ఆంధ్రలోకానికి శ్రవణానందం కలిగించి ఉంది. ఇప్పుడు మా కృషి ఫలితంగా ఆంధ్రవాఙ్మయసేవాసమితికి నాల్గో కావ్యకుసుమంగా అలంకరించ బడుతోంది. ఈ విధంగానే మిగిలిన రెండు నాటికలనూ కూడా సుస్వరూపాన్ని పొందించి యీ సమితికి అపూర్వ సౌందర్యాన్ని కలిగించాలనే ప్రయత్నాన్ని మేమంతా చేస్తూనే ఉన్నాం. వీటివల్ల వచ్చే ఆదాయం యేమైనా ఉంటే ఇంకో కవియొక్క రసవత్కావ్యాన్ని ప్రచురిద్దాం అని కూడా ఊహిస్తున్నాం. ఏమౌతుందో ఏమో.

కవిగారికి యీ సమితియందలి అవ్యాజప్రేమ ఇప్పటిదే కాదు. ఎప్పుడైతే దీన్ని స్థాపించామో అప్పటినుండీ కూడా వీరిందులో సభ్యులే. ఈశ్వరవత్సరంలోనే కాబోలు వీరు రచించిన "పాషాణి" నాటక ప్రతులు కొన్నిటి నిక్కడకు పంపి సమితియొక్క ఆర్థిక పరిస్థితులు చక్కబరచ మన్నారు. వాటివిషయం యేమయిందో కీ. శే. రా. ల. నా. శర్మగారి కార్యదర్శిత్వంలో గతించిన విషయం.

## మ న వి

ఏది ఎలాగ ఉన్నా వీరి అవ్యాజవాత్సల్యం లాగిన తీగల్లే సమితిత్తే మాన్నే అనుసరిస్తూన్నందుకు మే మంతా కృతజ్ఞుల మౌతున్నాం. అంతే కాకుండా కృతజ్ఞతాపూర్వక మైన వందనాలు సమర్పించుకుంటున్నాం.

మాజేటి రామారావుగారు ఈ గ్రామంలోని వైశ్యశిఖామణులలో ఒకరు. ఈ సమితికి వారొక కుడిభుజం అనే మా ఉద్దేశ్యం. ఏమంటే ప్రమాది సంవత్సరంలో కార్యదర్శిగా ఉన్న కొ. వెం. రా. ల. నా. శర్మ గారి వ్యక్తిగత విషయాలకు ఈ సమితి లోబడిపోయి స్థానభ్రష్టయై వారెక్కడి కేగిననూ అంకిసపట్టుకొని ఆయా స్థానాలకు బద్ధకంకణియైపోతూ వారి చర్యలే శాసనాలుగా భావించే ప్రమాదపరిస్థితికి వాల్పడుట సంభవించింది. అప్పట్లో యీ రామారావుగారు ముందుకు వచ్చి ఒక భవననిర్మాణమునకు ఉపయుక్తమగు గోడలతోగూడిన నివేశనస్థలమును దస్తావేజు పూర్వకంగా యీ సమితికి దానంచేసి గృహస్థురాలుగా చేయుటలో మిక్కిలి తోడ్పడ్డారు.

అంతే కాకుండా కొంత ధనసహాయంకూడా చేసి ఉన్నారు. ఈ నాటికల ప్రింటింగు నిమిత్తమై వీరు ఉదారస్వభావంతో రు 30-0-0లు విరాళం ఇచ్చారు. ఈ విషయంలోనే కాక యీ సమితి చేసే సక్రమమైన భాషాసేవ కార్యరూపం ధరింప జేయడానికీ, మిక్కిలిగా ప్రోత్సాహం ఇవ్వటానికీ మొదటివారు రామారావుగారే.........కనుక యీ సుస్వభావుని యెన్నటికీ యీ సమితి మరువక కృతజ్ఞతాబద్ధయై యుండగలదనుట నిస్సందేహము. వీరి దాతృత్వబుద్ధికి కొదువ కాని ఐశ్వర్యమును ఎల్లప్పుడూ శ్రియఃపతి ఆపాదించు చుండుగాక.

ఇట్లు, బుధజన విధేయుడు.

ఇంద్రకంటి వెంకట రమణమూర్తి

వ్యవస్థాపకుడు,

ఆంధ్రవాఙ్మయ సేవాసమితి.

కార్య స్థానం
బూర్గుంపాడు
20-7-1942

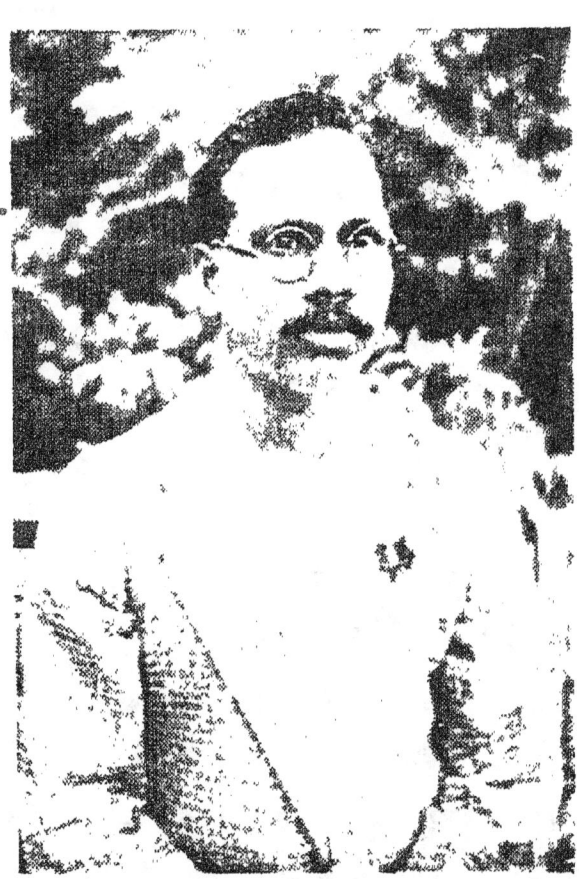

శ్రీ మాజేటి రామారావుగారు,

వైశ్యశిఖామణులు, బూర్గుంపాడు.

# కృతజ్ఞత

శుక్రుని తపోభంగం చేయబోయి తానే భంగపడినది జయంతిని. తపోభంగమైనా తరుణీప్రేమసామ్రాజ్యానికి అధినాయకుడైనాడు శుక్రుడు. ఇది కథాంశం.

చదువుతూంటే నాటకం ఆకర్షకంగా వుండకపోవచ్చు. కాని రంగస్థలంపై రక్తి కట్టించవచ్చు. చదవటానికి ఇంపుగా మధువు జాల్వారినట్టు ఉంటుంది ఒక నాటకం. అంతమాత్రంచేత అది రక్తి కడుతుందని చెప్పలేము. నాటకం కేవలం కవితాశిల్పంవల్లగాక ఘటనాసన్నివేశాలు ఒకదానితో నింకొకటి ప్రతిఘాతం పొందుతూ సాగిపోయేవిధానం వల్ల ఏర్పడుతుంది. దీనికి భాషాసహాయం కావాలె.

ఈ విషయంలో చాలా వాదా లున్నయి. కొందరు ప్రాంతీయభాష వాడుతున్నారు. అది మరొకప్రాంతంవారి అభిరుచి నందుకోలేకపోతున్నది. అందుకోసం గ్రాంథికం వాడుతారు కొందరు. భాషాసంస్కృతి లేని శ్రోతలు దీని నర్థం చేసుకోలేకపోతున్నారు.

ఐతే ఎంతటి సామాన్యభాషతోనైనా రసస్ఫూర్తి కలిగించవచ్చు. సందేహంలేదు. ఇటీవల నేను చాలా క్రొత్త నాటకాలు ప్రదర్శించటం రేడియోలో ప్రసారించటం ఎరుగుదును. అవి అన్నీ పరిపుష్టంగా కనిపించినై. కాని భాషాసామరస్యం కుదరకనే మనసు కెక్కలేదేమో నని పొడకట్టుతూ వచ్చింది. ఏ భాషఅయినా కథాస్ఫురణ కనువైన సౌకుమార్యంతో, శ్రుతికటువులేని శబ్దజాలంతో భావావేశాన్ని నిండించుకొని తన గమనాన్ని సాగిస్తే నటుని కష్టం ఫలిస్తుంది అనిపించింది. ఇంతకన్నా ఈ విషయాన్ని కొలిచిచెపుతే వికారంగా వుంటుంది. నాటకకారు లీ విషయంలో ఉత్తీర్ణులైతేనే తప్ప సర్వసామగ్రియు కలిగివున్నా నిరుత్సాహపరుస్తుంది లోకం.

# కృతజ్ఞత

పద్యమో, గద్యమో, దేనిలో ఆతడు మ్రోగించినా పలుకుతు
ఆ బాధ ఏమీలేదు.

ఇలా మనస్సులో పెట్టుకొనే సాగిస్తున్నాను నా స
ఎంతవరకు ఈ సాధకుడు సఫలీకృతు డౌతున్నాడో రచన
కేవలం ఊహలు కాదుగదా.

ఈ సామాన్య సాధకుని ప్రోత్సాహించే మూలకంగ
మును మేలుకొల్ప సమకట్టిన ఆంధ్రవాఙ్మయ సేవాసమితి
శ్రీ ఇంద్రకంటి వేంకట రమణకవి గారికి నా నమస్సులు.

సత్యనారాయణరా

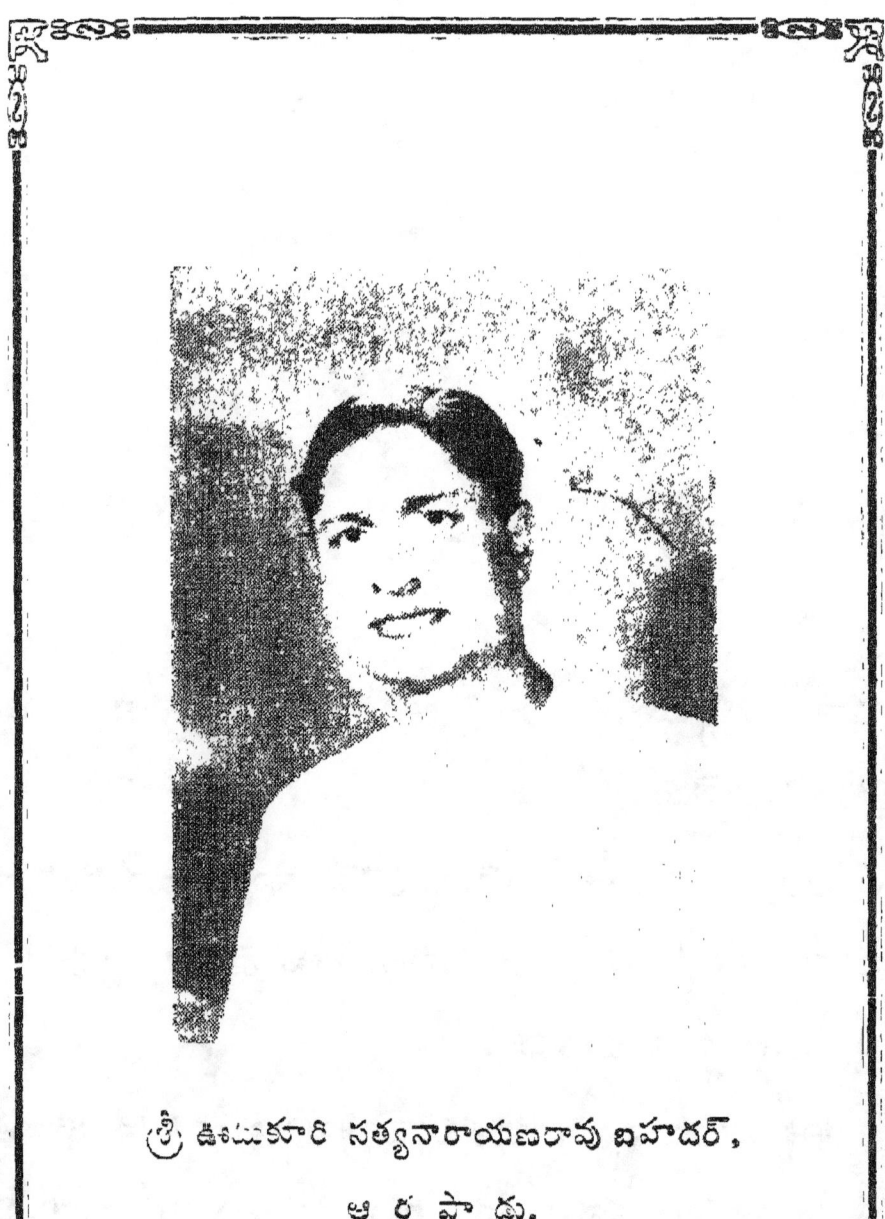

శ్రీ ఊటుకూరి సత్యనారాయణరావు బహాదర్,

ఆర్లపాడు.

# జ యం తి ని

[మానససరోవర ప్రాంతంలో శిలావేదికపైన ఇంద్రుడు-దూరంగా చెట్టుకొమ్మపైనుండి నెమలి క్రేంకారం చేస్తుంది. కొలనిలోని జలపక్షులు రెక్కలార్చినట్టు చప్పుడు వినిపిస్తుంది.]

ఇం ద్రు డు

ఎవరు——వల్లకీ! మధువు.

వ ల్లి కి

చిత్తం.

ఇం ద్రు డు

శచీ!

శ చీ దే వి

రాత్రంతా ఇక్కడే వున్నారా? ఏమిటి విధీవిరామం లేకుండా ఎప్పుడూ మధువు సేవిస్తూంటే——? రాత్రి నిరీక్షించి, నిరీక్షించి ఎప్పుడు మేను వాల్చానో, మీకోసం కల్పించిన ఆ పారుజాతముల శయ్య, గాలి వచ్చినప్పుడల్లా తన సుగంధ సందేశాలు పంపిస్తూ ఇప్పుడే కన్నుమూసింది. శ్రీ చందన కలపము, గిన్నెలోనే ఎండిపోయింది....ఇటు చూడండి.... ఏమిటి అలా నిశ్వసిస్తారేమి?

ఇం ద్రు డు

మనకు విపత్కాలము చేరువకు వచ్చింది.

శ చీ దే వి

ఏమిమాటలు......తప్పు...ఇప్పు డేమి వచ్చినదని?

ఇంద్రుడు

బలిచక్రవర్తి నూరవక్రతువు ప్రారంభించినాడు. రాక్షస గురువు శుక్రుడు, ఆ క్రతువు విజయవంతముగా సాగించి, ఇంద్రత్వమిప్పించటానికి గంధమాదనపర్వతం దగ్గర ఘోరంగా తపస్సు సాగిస్తున్నాడు......మనకు పదభ్రష్టత్వము తప్పదు.

శచీదేవి

రాక్షసులు అధర్మవర్తనులుగదా, వారికి విజయమా?

ఇంద్రుడు

కాదు – బలి, భాగవతోత్తముడైన ప్రహ్లాదుని మనుమడు, శ్రీహరి బలియెడల పక్షపాతి, దేవీ!

శచీదేవి

గత్యంతరము—?

ఇంద్రుడు

పైగా శుక్రుడు శంకరుని గూర్చి తలక్రిందులుగా తపస్సు చేస్తున్నాడు. ఆ తపస్సే లేకపోతే.........

శచీదేవి

మరిచాను – మన ఊర్వశీ, మేనక లున్నారు కదా – వారిని పంపండి, ఓః, ఈ తపస్సుల కేమి—? మేనక విశ్వామిత్రు నంతవానిని వలలో వేసుకున్న నెరజాణ.

ఇంద్రుడు

అది తేలిపోయినది. చెరియొక నెల యుండి, సాధ్యము కాక వచ్చి వేసినారు.

శచీదేవి

ఆశ్చర్యంగా చెపుతున్నారే......చూడండి.

ఇంద్రుడు

శుక్రుడు గొప్ప కవికూడా శచీ!

శచీదేవి

(నవ్వుతుంది) కవియా! ఇంకేమి—కవినే వలపింప లేక పోయినారా? ప్రకృతి విలాస లాలసుడైన కవినే రంజింప చేయ లేక పోయినారా? ఏమో............

ఏ కొమ్మ కదలినా - ఏ కుసుమ మూగినా
ఆ కంఠమే వీణ - గా కదలి పాడుకొను
కవివలపు, మంచుతెర - కదలించి చూచుటే
ఎవ రెరుంగరు, మనసు - నవకాల సంపుటే.

ఇంద్రుడు

వేదవేదాంగముల కధ్యాపకుడు.

శచీదేవి

కావచ్చును—

ఇంద్రుడు

నిశ్చల బ్రహ్మచర్యవ్రత నిష్ఠాపరుడు దేవీ!

శచీదేవి

కావచ్చును—

ఇంద్రుడు

నీ అభిప్రాయము—?

శచీదేవి

ఏమీలేదు — అతడు జగన్మోహనమైన సౌందర్యం, యౌవనం, తొలుకాడే బ్రాహ్మణ తేజస్సు కలవాడు గనుక...

ఇ ం ద్ర డు

కనుక, ఈ పాతబడిపోయిన రంభ, ఊర్వసులు ఏం పని కొస్తారనా—(చిరునవ్వు)

శ చీ దే వి

విచారంలోను చలోక్తులు కావాలె మీకు. అదికాదు, అతడు కవి. కేవలం శరీరపు తళుకుతో వంపుటొయ్యారాల వలనగాక, రసజగత్తు నట్టూత లూగించే, విశ్వ సుందరి నిశ్వాసాల మాధుర్యానికి, కరగిపోతూన్న భావనాపరం పరను, గానంతో ముగ్ధుణ్ణి చెయ్యాలి; ఆ గానపులీయం దనానికే ప్రతికవీ, తన సర్వస్వం బలిదానం చేసుకుంటాడు.

వేదవేదాంగముల కధ్యాపకత్వమేమి? బ్రహ్మచర్యా వ్రతనిష్ఠ లేమి—సర్వము ఆ గానానికి బలిచేస్తాడు కవి.

శరీర మంతా పుట్టలు పెరిగిపోయిన శల్య మాత్రుడు వాల్మీకి ఏమిచేసినాడు? బ్రహ్మ విద్యాయోగంలో పాతివేసు కున్న మనస్సుకు, ఒక్కసారి ఆ గానం వినిపించి, ఉవ్వెత్తుగా లేచి, రామాయణమహాకావ్యాన్ని, ముక్తకంఠంతో పాడివేసి శ్వాస క్రిందికి వదలినాడు—ఊర్వశి అలా చేస్తుంది. మేనక కేమి తక్కువదా—

ఇ ం ద్ర డు

ఏమో, అబ్బా నీ ఉపన్యాసం అదేదో, నాకే అర్థం కాలేదు. ఏ రంతా, ఎంత చెప్పినా రెండోరకమె...

జ య ం తి ని

[దూరాన జయంతిని]

విరికన్నె సిగ్గుతెర
మరగు నూరుపు సెగల
సొగయు వాసన గాలి
సగమైన మాధవుడు
విధుర భావము దాల్చునో!
ఒంటిగా
వెఱ్ఱియై వెంటాడునో——??

ఇ ం ద్రు డు

ఆహా! ఎంత బాగుంది ఆ గీతం. ఆభావం, ఎప్పుడో—— ఒకప్పుడు ప్రతి జీవితంలోను తొంగి చూసి పోతుం దేమోనని పిస్తూంది శచీ! ఎవ్వరా పాడింది.

శ చీ దే వి

మీదంతా విచిత్రము. మన అమ్మాయి జయంతిని కాదు. ఇటే వస్తూంది.

ఇ ం ద్రు డు

మాతల్లి జయంతినియా - ఆఁ

జ య ం తి ని

[వస్తూ]

ఆ పాట వంపు, ముని
మాపు వెన్నెల కైపు
కలువ కమ్మని సుధలు
కరగి పోసిన కథల

జయంతిని

కీ జీవితమె మరచునో
స్వప్నలో
కాల మధురిమె వలచునో - ??

అమ్మా! ఇక్కడ నున్నావేమే — నాన్న కూడ యిక్కడే వున్నారే. తండ్రీ! నమస్కారం.

ఇంద్రుడు

తల్లీ రా, ఇలారా,

జయంతిని

ఏమిటి—అలా విచారిస్తున్నా రేమిటి? చెప్పరూ, అమ్మా, నీవేమన్నా వారి మనస్సు కష్టపెట్టావా?

శచీదేవి

లేదమ్మా - రాక్షసగురువు శుక్రుడున్నాడే—

జయంతిని

ఎవరూ!—ఎవరో మహాకవి అంటారు, ఆయనేనా—

ఇంద్రుడు

మా అమ్మ ఎంత ముగ్ధయో, అంత విజ్ఞానవతి.

శచీదేవి

ఆయన, గంధమాదనపర్వతం దగ్గర,

జయంతిని

ఆఁ

శచీదేవి

ఘోరమైన తపస్సు చేస్తున్నాడు. తమ చక్రవర్తి బలికి ఇంద్రత్వం ఇప్పించాలని.

జ య ం తి ని

ఆ పదవి మనది కాదటే - ఆయన ఇప్పించట మేమిటి?

ఇం ద్రు డు

తల్లీ! నూరు క్రతువులు చేసినవానికి ఇవ్వవచ్చు—

జ య ం తి ని

బలి నూరూ చేసినాడా?

ఇం ద్రు డు

ఒక్కటే తక్కువ - దానిని చేయించాలనే శుక్రుని పట్టుదల.

జ య ం తి ని

ఆ క్రతువు చేయించలేక పోతే.........

శ చీ దే వి

లేకపోతే, మనకు కష్టాలే లేవు. మీతండ్రికదే విచారము.

జ య ం తి ని

మన కేమి — చేసుకోనివ్వండి పాపం......

ఇం ద్రు డు

పిచ్చితల్లీ! మనకీ సౌధాలు - ఈ యమృతము, ఈ నందనోద్యానం, కామధేనువు అన్నీ ఒక్కసారి మనను విడిచి పోతవి. మనం, బీదబికారులమై అడవుల నాశ్రయించవలసిందె.

జ య ం తి ని

పోనీయండి — మనకెందుకీ స్వార్థం—? అమ్మా! ఏడుస్తావేమే —

ఇం ద్రు డు

జయంతినీ!

జయ ం తి ని

తండ్రీ ! చెప్పండి.

ఇ ం ద్రు డు

కేవలం మన సౌఖ్యం కోసమే నేను విచారించటల్లేదు. వారు రాక్షసులు—ఈ దేవగణ మంతా పుణ్యాత్ములు. వీరి జపతపస్సులు సాగనీయరు. వాం ళ్లాక్రమి స్తే ఋష్యాదుల నంద రిని హింసించి క్షోభ పెడతారు. దేవతలు క్షోభి స్తే, దేవుడు క్షోభించినట్టే - ఏమీలేదు.........ఊర్వశీ మేనకల వశం కాలేదు......నీవు, ఆయన తపస్సునుంచి మనస్సు మళ్లిం చాలె...అంతే.

జ య ం తి ని

అంటె —

శ చీ దే వి

బాగానేవుంది. సరెలెండి. పదవి లేకపోతే మానెగాని, అయ్యో! ఈడువచ్చినపిల్ల, పసిగాయను పంపిస్తారా యేమి ? మంచి ఆలోచనే తోచింది.

జ య ం తి ని

అమ్మా! వారిని చెప్పనియ్యి—ఆఁ ఏమిటి తండ్రీ ! చెప్పండి.

శ చీ దే వి

అమ్మాయీ, రా వెళ్లుదాము. బాగానే వుంది బోధ—శక్తివుంటె సమర్థించుకోని ఇంద్రత్వం నిలబెట్టుకోండి, లేక పోతే మానుకోండి. ఇట్లాంటి పనులు మాత్రం జయంతినితో చేయించకండి—రా—జయంతినీ—

ఇంద్రుడు

మనవలన దిక్పాలకులకు, దేవతలకు, అప్సరలకు, సర్వ నాగరజగత్తుకు, సృష్టిశాసకుల కందరకు విపత్తు మూడుతుంది, శచీ!

జయంతిని

అమ్మా! వెళతావేం—ఏమిటీ తొందర?

శచీదేవి

నీవూ, ఆ తండ్రికి తగినకూతురువే—నేను వెళతాను. ఇలాంటి పురాణాలు నాకు పనికిరావు.

ఇంద్రుడు

జయంతినీ! ఆ శుక్రుడు తపస్సునుంచి విముఖుడవుతే చాలు. ఆ క్రతువు సాగదు — నాగరక శాంత జగత్తుపై క్రమ్ముకొని వస్తూన్న ఈ కారుమేఘాలు చెదరిపోతవి. ఇది మహా క్లిష్టసమయం.

నీ శరీర సౌందర్యంతో ఆతనిని ముగ్ధుణ్ని చేయాలి. నీ గానానికి, పరిచర్యలకు శుక్రుడు సమ్మోహితుడై పోవాలి.

జయంతిని

ప్రేమించవలెనా—

ఇంద్రుడు

కాదు, కాదు.

జయంతిని

ప్రేమించకపోతే......ఎలా సాధ్యమౌతుంది.

ఇంద్రుడు

ఏమీలేదు—ఆయన సమాధి నిష్ఠ చెరిపివేయటానికే ఇదంతా, కేవలం నటనమాత్రమే—

జయంతిని

తండ్రీ! ప్రేమ నటిస్తారా—నటించేది ప్రేమ అవుతుందా?

ఇంద్రుడు

జాగ్రత్తగా, ఆయనకు పూజాదికముల నందిస్తూ, అదంతా మరచిపొయ్యేట్టు చెయ్యాలమ్మా—అంతే.

జయంతిని

ఏమో, నాకేమీ తెలీటంలేదు......ఆయన దగ్గర నుంచి మళ్ళీ వచ్చివేయవలెనా తండ్రీ!

ఇంద్రుడు

ఔను. మన కేంపని — నీకు కావలసిన అన్ని సౌకర్యాలు నేను ముందుగానే చేసి వుంచుతాను—నీ కేం భయము లేదు. మాలినిని వెంట వుంచుకో—తెలుసునా—

జయంతిని

సరే—మీ ఆజ్ఞ నతిక్రమించలేను ... ... దేవరాజు కన్నీరు చిందించటం లోకమే హర్షింపదు-

జ య ం తి ని

[గంధమాదన పర్వతం దగ్గర శుక్రుడు తపస్సు చేసుకుంటూ వుంటాడు.]

శు క్రు డు

ఈశాన స్సర్వ విద్యానా మీశ్వర స్సర్వ భూతానాం
బ్రహ్మాధి పతి ర్బ్రహ్మణోధిపతి ర్బ్రహ్మ శివోమే అస్తు
సదాశివోమ్.

[కోకిల "కో" అని కూస్తుంది. జయంతిని తిరిగి "కో" అంటుంది.]

జ య ం తి ని

(దూరంగా)

వలపు మురిపిస్తాను
తలపు మలపిస్తాను
తళుకు మంటూ తొలగి
కులికి నటియిస్తాను
ఈ నిష్ఠ యీ యోగ
మెన్నాళ్ళులే తపసి!
(అహాహాహాహా నవ్వుతుంది.)

మా లి ని

జయంతినీ! రా——రా.

జ య ం తి ని

[పరుగెత్తి వచ్చిన ఆయాసంతో] ఏమైన దే—కనులు! విప్పెనా.
చెప్పు——

మాలిని

ఆఁ, ఎప్పుడూ నీ ఆటలు నీవ్వూను. ఆ కోయిల కూతకు మళ్ళీ నీవు "కూ'' అనలే-

జయంతిని

ఔను.

మాలిని

అప్పుడు, ప్రసన్నంగా ఒక్కమారు రెప్పలెత్తి, తిరిగి మూసినారు. రెండుమాసాలనుంచీ చేస్తూన్న పరిచర్య, ఒక్క క్షణంలో వృథాచేశావు.

జయంతిని

ఓః, ఫరవాలేదు.

వల పొక్క మాటగా
వయ సొక్క పాటగా
ఒలికించి యీ శరీ
రోద్యాన మేలింతు

ఈ నిష్ఠ, ఈ యోగ
మెన్నాళ్ళులే తపసి.

మాలిని

అదుగో - అదుగో - కదలినారు.

జయంతిని

చూశావే, ఎంత అందమైనవాడే......

జయంతిని

కోడెవయస్సులో బుసలుకొట్టెడు నెత్తురుపొంగు, లోన రా
పాడినరంగు ఇంద్రధనువై దిగివచ్చెనో వీని మేనిపై
పాడునో వీని కన్నులు, నవప్రణయోదయ హాసరేఖ సై
దోడయి తెల్లతామరలతో — మది నేదో కలంచు మాలినీ!

చూడవే, ఈ శరీరం శీతాతప బాధలకు వాడిపోలేదు. యోగముద్రలో మూసిన ఈ కళ్ళు, చిరంతన ప్రియా సమాగమంలో ఒత్తిగిల్లిన సుఖానుభూతివలె వున్నయి మాలినీ! ఆ పెదిమలు నాతో ఏమో మంతనము లాడుతున్నట్లున్నయి...

మాలిని

అదిగో - జారి పోతున్నావు - నీ వలలో ఆయనను పడేసుకోవాలిగాని, ఆయన వలలోనే నీవు పడుతున్నావు, చివరకు.

జయంతిని

ఉండవే — ఊర్వశీ మేనకలు వచ్చి వలపు నటించారట! వలపు నటిస్తారటే......?

మాలిని

కార్యావసరం కోసం.........

జయంతిని

కార్యావసరానికి కామ మేమిటి — వాళ్లకు స్త్రీహృదయం లేదు. నే నీయనను వదలి పోగలనా? నా కీతడే అధీశ్వరుడేమో — మాలినీ!

జయంతిని

మాలిని

మంచిపనే...అసలే ముసులు కూడాను, నిరాకరిస్తే...

జయంతిని

నన్ను నిరాకరిస్తాడా !మాలినీ! నన్ను......ఇటు చూడు... నేనేమి వంచించటానికి వచ్చానా?

మాలిని

మరి దేనికి! ఈయనతో ఇక్కడే......బాగా వుంచి. మీఅమ్మ యీ మాటవింటె ఏంచేస్తుందో తెలుసునా...... అదుగో...అదుగో మళ్లీ లేస్తున్నట్లున్నారు. మనం ఇలా, ఈ పొద చాటుకు పోదాం—రా.

జయంతిని

మాలినీ! నేను కదల లేను...అడుగు వెయ్య లేక పోతున్నాను.

మాలిని

నే వెళ్ళుతున్నాను—అయ్యో—రావేమే — రా — (రహస్యంగా)

జయంతిని

నేను రాలేను—ఒక్క అడుగూ వెయ్యలేను—పైగా ఈ మనస్సు—

ఈమనసు ఈతనువు
ఏమో, అతనిపాద
సీమాంచలములంటి
సేవకై పరచుకొని

జ య ం తి ని

కామించె - ప్రేమించె

కదలి రాలేనింక........కదలి రాలేనే॥

మా లి ని

అదుగో, లేచినాః——నాకు తెలియదు - నీ యిష్టం - నే వెళ్లుతున్నాను.

శు క్రు డు

ఎవరూ......శరీర మంతా అడవిపూలు అలంకరించు కుంది. తీవలతో మొలనూలు నల్లినది. దేవకన్యలా వుంది. అరవిచ్చిన కోలకళ్ళతో ఆ వాళ్లు విరుచుకునే ఒడలి వంపు లలో; ఎంత శృంగారం. అడుగుతాను. తప్పే ముంది...... మీా రెవ్వరు ?

జ య ం తి ని

ఈ చరణదాసి నంత గౌరవముగా అడుగవలెనా......

శు క్రు డు

దాసి——నీవు దాసివా——?

జ య ం తి ని

ఔను. రెండు మాసాలనుంచి, తమ సన్నిధిలో——
ఆశ్రమ వాసం చేస్తూ.........

శు క్రు డు

అయ్యో——నీ నివాసము?

జ య ం తి ని

ఇక ముందు ఈ ఆశ్రమమే.

జ య ం తి ని

శు క్రు డు

పేరు—

జ య ం తి ని

దాసి

శు క్రు డు

నేను తపస్విని- నాకేమీ పరిచర్యలతో పనిలేదు... నీవీ ఆశ్రమంలో కందమూలాలు తింటూ, ఈ క్రూరమృగాల మధ్యలో ఎందుకుంటావు—?

జ య ం తి ని

నాకిక్కడే, మీ పాదసేవ చేస్తూంటేనే శాంతిగా వుంది.

శు క్రు డు

మే మెందుకీ నిర్జనారణ్యంలోకి వచ్చామో తెలుసునా?

జ య ం తి ని

ఏమో............

శు క్రు డు

స్త్రీలు రాకూడదు......వస్తే మా తపస్సు సాగదు.

జ య ం తి ని

చిత్తం. మీ తపసుకు ఏమీ భంగం రాకుండా వుండాలనే ఈ దాసి కోరుతూంది.

శు క్రు డు

వలదు —నీవంటి పడుచు గుబ్బెతలు—

జ య ం తి ని

యౌవనము తపస్సుకు భంగకరమా స్వామీ! క్షమిం చండి—తామును పడుచువారు కారా?

మావి గున్నలశాఖ
మాధవీలత ప్రాక
నేరమా - ఆప్రేమ
భారమై పోవునా
భావుకుడవే తపసి!?

శు క్రు డు

వలదు. వెళ్లుము - అశాంతి... అశాంతి.

జ య ం తి ని

స్వామీ!

గిరిరాజు పాదాల
కొరిగె కిన్నెరసాని
నేరమా — ఆ ప్రేమ
భారమై పోవునా
భావుకుడవే తపసి !??

శు క్రు డు

వలదు—వెళ్ళుము. నీ ఉనికి మా కపాయకరము. వెళ్లు.

జ య ం తి ని

ప్రకృతి కాంతనె ప్రేమ
భావడోలాకేళి,

జ య ం తి ని

లాలించుకొను కవికి
ఈ లేత ముద్దరా
లెంత ఓహో ! తపసి.... ??

శు కు్రి డు

ఊష్ - వెళ్ళమనలేదా- (ఆశ్రమపు తడిక వేసుకుంటాడు)

జ య ం తి ని

ఆశ్రమపు తడిక వేసుకున్నాడు—అబ్బా! ఎంత నిష్ఠురుడు. ఎంత తేజశ్శాలి. నవనవోన్మేషమైన యౌవనం, ఈడు జవరాలిని, ఒంటరిపాటున,— ఇంత నిష్ఠురంగా త్రోసిపుచ్చునా- తపోభంగ మేమో- కాని నా ఉత్సాహ భంగమైనది, మాలినీ!

మా లి ని

నేను చెప్పలేదా—ఎంత యువకుడైనా ఆ మాత్రం దృఢ దీక్ష లేనిదే తపస్సుకు కూచున్నాడా?

జ య ం తి ని

కాదే—ఆ హృదయంలో దౌర్బల్యం వుంది.

మా లి ని

అదిగో—మళ్ళీ. జారిపోతున్నావు.

జ య ం తి ని

చెప్పనీ, ఆ కళ్ళలో స్త్రీ సానుభూతి వుంది. ఆ మేధస్సులో ప్రేమవాహినుల కదలికలు చూశాను, మాలినీ!

మా లి ని

నువు 'చూడకేమి......

జ య ం తి ని

మాలినీ, మాటలు మందముగా—శిథిలముగా వున్నయి.

మా లి ని

నెరజాణ మేనకకే వశం కాలేదు, ఈతడు.

జ య ం తి ని

నీకు తెలియదే—వారు వంచకులు—వారికి ప్రేమ తెలీదు.

మా లి ని

అదిగో, మాట్లాడితే ప్రేమ—ప్రేమ......మనం అందుకోసంగాదు వచ్చింది.

జ య ం తి ని

తపస్వీ......తపస్వీ! (తన్మయురాలైతుంది)

[ఆశ్రమంలో ఆనాడు శుక్రుడికి తపస్సే సాగలేదు.]

శు క్రు డు

ఆపలేక మనసు, నాపైన
నవసెనో—కృశియించి, సమసెనో.... ...
పడుచు లేడీకళ్ల - పరవశతచే ప్రేమ
భావాల యొరపులో - వలపె చిగిరింపగా ॥ఆపలేక॥
పరు లెరుంగని కన్నె - సిరుల నునువంపులో
మసక వెన్నెలనీడ - మరగి పోలేదనీ ॥ఆపలేక॥

[పెద్ద వర్షం - గాలి]

జ య ం తి ని

(బయట) ఎట్లా పిలిచేది. ఈ పెద్దకొమ్మలూగుతున్నయి, విరిగి పడతవేమో......చెట్లఆకు లెంత సేపని వర్షపాతాన్ని ఆపుతవి? వణుకు పుచ్చుకుంటున్నది. పిలిస్తే - శపిస్తారేమో

శు క్రు డు

(లోపల)

వలయముగ దిప్పి వెన్నున కలిపికట్టు
వల్కలము జారిపోయిన, వలుదయురము
నరసితినొ యంచు ప్రక్కకు తిరిగిపోయె
పరవశమ్మున నాతల తిరిగిపోయె.

వల దన్నాను—తిరస్కరించాను. ఈ తపస్సు, తపించి పోయే ఆజవరాలి తాపం కన్నా ఎక్కువదా - ఈ వర్షానికి ఏచెట్టుకింద వణకిపోతున్నదో - గాఢాంధకారంగా వుంది. తడిక తీసి చూస్తాను. రెండునెలలనుంచి నాకోసం - నాకోసం ఎంత పరిచర్య చేస్తున్నదో.

జ య ం తి ని

పిలుస్తాను — అబ్బా...ఛలి...ఛలి. స్వామీ-స్వామీ-

శు క్రు డు

ఇక్కడనే వున్నావా? ఈ వర్షంలో - ఈ హోరు గాలికి, శంకిస్తావేం—రా—లోనికి రావచ్చు—పాపం, బట్టలు, తల, అంతా......

జ య ం తి ని

ఛలి — ఛలి...సమిధెలుంటే మంటచేసుకుంటాను.

శు క్రు డు

పాపం — అన్నీ తడిసిపోయినై. అగ్నిహోత్రింకూడా చల్లారిపోయింది.

జ య ం తి ని

ఛలి—వణుకుపుడుతూంది. స్వామీ! ఇలా...కొంచెం.

శు క్రు డు

ఏంకావాలి — దూరంగా వుండు.

జ య ం తి ని

ఎలావుండడం — ఆ హ హ హ (వణుకుతుంది)

శు క్రు డు

అయ్యో. అయ్యో! నే నేం చేసేది. పాపం. చాల బాధపడిపోతూంది.

జ య ం తి ని

స్వామీ! స్వామీ......(వణుకుతూ)

శు క్రు డు

ఆఁ

జ య ం తి ని

కొంచెము మీ చేయి, ఇలా...ఈ

శు క్రు డు

ఏం చెయ్యమంటావు. ఇంత సుకుమారమైన శరీరం—

జ య ం తి ని

అసలే సన్నని పాముకూసంలాంటి వస్త్రం - పూర్తిగా తడసి నీళ్లు కారుతున్నది.

జ య ం తి ని

ఆ, తమ వెచ్చని పవిత్రహస్తాలు ఇలా - యీ నా వక్షస్థలంపైన ఒక్కసారి—ఒక్కసారి ఆనించండి.

శు క్రు డు

అమ్మో - తాకటమే - వద్దు ... వద్దు ... తప్పు ... అసలే దీక్షలో వున్నాను.

జ య ం తి ని

అబ్బా ! ఇక ఈ ప్రాణాలు నాలో నిలిచేటట్లు లేదు. ఒళ్ళంతా శైత్యమైపోయింది. స్వామీ! ఏమిదీక్ష - ఇన్నాళ్ళ నుంచి మీ పాదసేవ చేస్తూ, ఈ శరీరాన్ని కందమూలాలతో, కృశింప జేసుకొని .....

శు క్రు డు

నిజమే, నిజమె - నే నెలా తా కేది ? పెద్ద సంకటమే వచ్చింది.

జ య ం తి ని

కృశింప జేసుకొన్న చరణదాసికి, ప్రాణదానం చేసే టిప్పుడు. దీక్షయా స్వామీ—?

శ క్రు డు

నిజమె - నిజమే — ఇలా - రా, ఆం

చేతులు లాక్కుంటావేమి - ఆగు.

జ యం తి ని

ప్రియా — హృదయేశ్వరా! నేను జ

శ క్రు డు

జయంతినీ —

[ఆశ్రమంలో — సంవత్సరం గడిచిపోయింది]

జ య ం తి ని

సెలయేటి ప్రక్క మలపులలోని తెలినీరు
మలయానిలాని కూయెలలూగు తీవలూ
అలము రాతిరి కొసల కల లల్లుకొను పూలు –
మలచుకొనె, నాక సుఖములు నా కవేలా....
నా కవేలా........నా కవేలా॥

స్నానానికి వేళయింది. అన్నీ సిద్ధం చేయాలి.

శు క్రు డు

పక్షులకన్నా ముందు లేస్తుంది. ఏమేమో, ముందుగా సిద్ధంచేసి పెడుతుంది. తుమ్మెదలు తేనె తాగటానికి ముందే పూజకోసం పూలు సేకరిస్తుంది. అదుగో, స్నానాని కని కమండలము, కాళ్ళ పాదుకలు తీసుకొని వస్తూంది.

జారిన కైశికంబు, అరజారినపయ్యెదకొంగు, మేనిపై
తేరిన ఊర్పుపొంగు, నిజతేజము చెందినరంగు, అద్దిరా!
కూరిమిమీరి ఇంత అనుకూలపు హంగునొనర్చి నాకు గా
ఈ రమణీలలామ ఘటియించెడి స్వర్గసుఖానుభోగముల్.

జయంతినీ —

జ య ం తి ని

వస్తున్నాను.

జయంతిని

శుక్రుడు

తొందరలేదు.

జయంతిని

ఇవిగో పాదుకలు — కమండలము.

శుక్రుడు

కాళ్లు పట్టుకొని తొడిగించాలా యేమి ప్రియా - ఏమిటది. లేలే. ఉండు. వస్తాను మరి.

జయంతిని

ఎంతసేపైతుందో వచ్చేవరకు-

శుక్రుడు

ఇప్పుడే వస్తాను. వచ్చిన తరువాత పూజా అదీ వుంటుంది. పూజాద్రవ్యాలు సిద్ధం చెయ్యి.

జయంతిని

అబ్బా ! రోజు ఏమిటీ పూజలు——?

శుక్రుడు

(చిరునవ్వి) వారానికో మాటు చేసుకోమంటావా ?

జయంతిని

మానేస్తే యేమి - ఎప్పుడూ ఒకటే...

శుక్రుడు

ఉండూ- చూడు- మాట- మాలిని చూస్తుందేమో...

జ య ం తి ని

ఏమిటది. స్నానం కూడా మానెయ్య మంటావా? పోనీ మానేస్తాను. శలవైతే...

జ య ం తి ని

మీ రే మహాజ్ఞానులు లెండి... సరెనా...

శు క్రు డు

కోపం చాలించి, దేవిగారు - పూజాద్రవ్యాలు సిద్ధం చేయండి. స్నానం చేసి వస్తాను.

జ య ం తి ని

మాలినీ - మాలినీ !

మా లి ని

చూస్తూనే వున్నానులే అంతా......

జ య ం తి ని

ఓసీ, కొంటెపిల్లా—

మా లి ని

నే నా పైగా......ఎన్ని వగలు నేర్చావే! ఎవరో వస్తున్నారు. అదుగో మీ నాన్నగారు. రారు—సంవత్సర మైంది. అజపజ లేక పోతేనూ—

ఇ ం ద్రు డు

మాలినీ !

మా లి ని

దయచేయండి.

ఇ ం ద్రు డు

జయంతిని ఏదీ?

జ య ం తి ని

వస్తున్నా తండ్రీ!

ఇ ం ద్రు డు

ఏమిటావద్దు, కృష్ణాజినము, వ్యాఘ్రాజినమూను, ఇక్కడ కూచుంటా లె. మా తల్లీ! ఇలా దగ్గరకు రా.

జ య ం తి ని

అమ్మ కులాసాగా వుందా.

ఇ ం ద్రు డు

ఆఁ ఆఁ. కాని మీ అమ్మకు ఒకటే బెంగ నీమీద. ఆచార్యు లేరీ! నా ఆజ్ఞ నెరవేర్చావా తల్లీ.........

మా లి ని

ఓః, సంపూర్ణంగా—ఇహ ఏమీ లేదు.

జ య ం తి ని

(కసురుతూ) ఏమిటే ఊరికె......

ఇ ం ద్రు డు

తపస్సు ఏమీ చెయ్యట ల్లేదా? జయంతినీ!

జ య ం తి ని

తపస్సు లేదు,-ఏమీ లేదు. సంధ్యావందనం అఁటూ చేసుకుంటూరు.

జ య ం తి ని

మా లి ని

ప్రభూ! అది కూడా ఏదో—

ఇ ం ద్రు డు

ధన్యుణ్ణి, ధన్యుణ్ణి, అమ్మా! నీ వల్ల స్వర్గలోకమంతా సంరక్షింప బడింది. పోదాము రా, ఇంకా ఏంపని మనకు-?

మా లి ని

రా జయంతిని, పోదాము—

జ య ం తి ని

ఏమిటే వేళాకోళము. వెళ్లితే వెళ్లతాను. ఏమి వెళ్ళనా?

మా లి ని

నేనేమన్నా - ఏమి ఎందుకు వెళ్లరు- చుట్టాలను చూడ టానికి వెళ్లరేమి అంతా.

ఇ ం ద్రు డు

ఏమిటమ్మా జయంతినీ! రావూ - పిచ్చితల్లీ!

ఏం మాట్లాడవు, అయ్యో! ఈ అడవుల్లో, ఆశ్రమాల్లో! నీ కేమంత వచ్చింది.

జ య ం తి ని

ఇక్కడ ఏమీ కష్టంగా లేదు తండ్రీ! మన అమరావతీ ప్రాసాదాలలో కన్నా ఎక్కువ ఆనందంగా వుంది నాకు.

ఇక్కడ నెమళ్ళు, హంసలు, యాగధేనువు అన్నీ,

మానవానురాగంతో. దేవతా త్యాగంతో నా అన్ని పనులలో తోడ్పాటు చేస్తున్నాయి......

సీ॥ పింఛంపు కుంచియ విప్పి, ఆశ్రమ మూడ్చి
కను మూత లోపల జను మయూరి
కొలనిలో తడిసి, రెక్కలయంచు గుమితోడ
చేరి, హంసిని నీరు చిలకరించు
పలుకాటు నందని తొలికారు ఫలముల
శోధించి గొని యిచ్చు శుకకుమారి
పొదుగు భారమ్ముతో పొదలు యాగపుటావు
వెచ్చ వెచ్చని పాలు పిదికిపోవు

గీ॥ ఉదయ సాయంతనముల యం దొక్కమారు
భ్రమరముల్ మేళవాద్యముల్ పాడి యరుగు
నాశ్రమోపాంతసీమలయందు తండ్రి!
ఎంత పుణ్యంబొ ఇచట వసించియుంట.

ఇంద్రుడు

నిజమే — మనకు లేవమ్మా ఇవన్నీ.

జయంతిని

ఈ జీవనం కేవలం సహజమైంది. పవిత్రమైంది తండ్రీ.

ఇంద్రుడు

ఎప్పుడైనా కావాలంటె రావచ్చు - చూడవచ్చు - అంతేకాని; వెళదాం రా తల్లీ!

మాలిని

జయంతిసీ! నావేపు చూస్తావేమి? ప్రభూ! సంవత్సరం నుంచి ఇక్కడే వుండిపోయిన అలవాటు వల్ల...

జయంతిని

అలవాటేమిటే - ఏమీలేదు. వారికి తెలిపి, అనుజ్ఞ తీసుకొని వెళ్లితే బాగుంటుందేమో - స్నానానికి వెళ్లినారు.

ఇంద్రుడు

తెలిపేదేమిటమ్మా, ఊరక ఆయన తపోవిఘ్నంకోసం వచ్చావు అంతె. మన పని తీరిపోయింది.

జయంతిని

స్వర్గానికి వచ్చి నేను చేసేది మాత్ర మేముంది తండ్రీ!

ఇంద్రుడు

ఏమిటమ్మా! అదేమిటి? అలా అంటావు-? వివాహం కావలసిన దానివి.

జయంతిని

వివాహమా?

ఇంద్రుడు

ఇప్పటికీ చేయలేదని మీ అమ్మ ఒకటేగోల. చేస్తాను. అలా అంటా వేమిటి?

జయంతిని

స్త్రీ ఒక్కసారి, ఒక పురుషునిపై దృష్టి సారించి, తన శరీరంతో ఆకర్షించిన తరువాత—అన్యభ్రాంతికి లోనౌతుందా?

www.ingramcontent.com/pod-product-compliance
Lightning Source LLC
LaVergne TN
LVHW080007230825
819400LV00036B/1275
*9781178669763*